KHÁM PHÁ | TIN LÀNH

Tin tức tốt lành nhất
mà bạn từng được nghe là gì?

Cẩm Nang Học Viên

Bản dịch tiếng Việt: **VĂN PHẨM HẠT GIỐNG**

Khám Phá Tin Lành: Cẩm Nang Học Viên
Originally published in English under the title
Christianity Explored Handbook (4th Edition)
by **The Good Book Company**
www.thegoodbook.co.uk
Copyright © 2016 Christianity Explored
www.christianityexplored.org

Bản dịch bản quyền © 2022 Văn Phẩm Hạt Giống.
ISBN (Vietnam): 978-604-61-8323-5
ISBN(Canada): 978-1-988990-48-4

Bảo lưu bản quyền. Không phần nào trong xuất bản phẩm này được phép sao chép hay phát hành dưới bất kỳ hình thức hoặc phương tiện nào mà không có sự cho phép bằng văn bản của nhà xuất bản giữ bản quyền, ngoại trừ các trích dẫn ngắn trong những bài phê bình sách.

Phần Kinh thánh được trích dẫn từ Bản Truyền Thống Hiệu Đính, trừ những phần có ghi chú bản dịch cụ thể. Bản quyền © 2010 bởi Liên Hiệp Thánh Kinh Hội. Đã được phép sử dụng. Bản quyền được bảo lưu.

Bản đồ dựa trên: https://commons.wikimedia.org/wiki/File:
Kingdom_of_Israel_1020_map.svg, Richardprins, CC BY-SA 3.0
<http://creativecommons.org/licenses/by-sa/3.0/>.

MỤC LỤC

	Lời chào mừng	5
BUỔI 1	Tin lành	7
BUỔI 2	Danh tính	13
BUỔI 3	Tội lỗi	21
BUỔI 4	Thập tự giá	29
BUỔI 5	Phục sinh	39
BUỔI 6	Ân điển	47
NGÀY TẬP TRUNG XA	Người gieo giống	55
	Gia-cơ và Giăng	59
	Hê-rốt	61
BUỔI 7	Đến và chịu chết	65
PHỤ LỤC	Chúng ta có thể tin vào Phúc âm Mác không?	71
	Bản đồ	75

CHÀO MỪNG CÁC BẠN ĐẾN VỚI SÁCH HƯỚNG DẪN **KHÁM PHÁ** | TIN LÀNH

Trong loạt bảy bài học sau đây, chúng ta sẽ cùng nghiên cứu ba câu hỏi trọng tâm của Cơ Đốc giáo: Chúa Giê-xu là ai? Ngài đã làm thành việc gì? Và chúng ta nên đáp ứng như thế nào?

Đừng ngại đặt câu hỏi, dù thắc mắc đó đơn giản hay phức tạp. Và cũng đừng lo lắng nếu bạn bỏ lỡ bài học một tuần. Khi bắt đầu tuần tiếp theo, tài liệu này sẽ có một phần tóm tắt ngắn nội dung của bài trước đó.

BUỔI 1
TIN LÀNH

ⓥ KHÁM PHÁ

Tin tốt nhất mà bạn từng được nghe là gì?

🎧 LẮNG NGHE

"Khởi đầu Tin Lành của Đức Chúa Giê-xu Christ..."

(Mác 1:1)

- Khi nhìn thấy trật tự và vẻ đẹp của thế giới và cơ thể con người, chúng ta thường hay đặt ra câu hỏi có phải mọi thứ đều do tự nhiên mà có không? Hay có ai đó đã tạo ra tất cả những điều này?

- Kinh thánh nói rằng Đức Chúa Trời là Đấng tạo dựng nên vũ trụ nơi chúng ta đang sinh sống và cơ thể mà chúng ta đang cư ngụ. Vậy làm thế nào chúng ta có thể nhận biết Ngài?

- Chúng ta có thể biết Đức Chúa Trời bằng cách nhìn xem Chúa Giê-xu Christ.

- Tin Lành nói về Đấng Christ—danh xưng này có nghĩa là "Vị vua duy nhất do Đức Chúa Trời lựa chọn".

- Tin Lành là "Phúc Âm"–là tin tức tốt lành–về Chúa Giê-xu Christ.

- Khi Chúa Giê-xu chịu phép báp têm, Đức Chúa Cha đã phán rằng: "Nầy là Con yêu dấu của Ta".

- Đức Chúa Trời đã bày tỏ chính mình Ngài trong lịch sử nhân loại thông qua Đức Chúa Giê-xu Christ. Khi chúng ta nhìn vào Chúa Giê-xu, mọi trò chơi suy đoán về Đức Chúa Trời đều kết thúc.

BUỔI 1 | TIN LÀNH

💬 THẢO LUẬN

1. Có điều gì làm cho bạn phải suy nghĩ hay thắc mắc về Chúa Giê-xu không?

2. Bạn cảm thấy thế nào khi đọc Phúc âm Mác?

3. Nếu được hỏi Đức Chúa Trời một câu hỏi và bạn biết rằng Ngài sẽ trả lời, bạn sẽ hỏi gì?

Thuật ngữ Kinh thánh

Phúc Âm: Tin tức tốt lành.

Đấng Christ/Mết-si-a: Vị vua duy nhất do Đức Chúa Trời lựa chọn, là người mà Đức Chúa Trời hứa sai đến thế gian.

Tiên tri: Sứ giả của Chúa.

Báp têm: Hành động nhúng mình vào trong nước tượng trưng cho quyết định từ bỏ tội lỗi và được tẩy sạch từ bên trong.

Ăn năn: Sự thay đổi tâm trí và mục đích. Là một quyết định cá nhân quay trở lại với Đức Chúa Trời.

Đức Thánh Linh: Có một Đức Chúa Trời trong ba Thân Vị: Đức Chúa Cha, Đức Chúa Con (chính là Chúa Giê-xu) và Đức Thánh Linh.

⟶ NGHIÊN CỨU THÊM

Mỗi tuần bạn sẽ học một vài đoạn trong sách Mác. Đến khi kết thúc bài 6 thì bạn đã đọc được hết toàn bộ Phúc âm Mác. Hãy dùng những câu hỏi sau đây giúp bạn khám phá phân đoạn Kinh thánh trong tuần. Và hãy viết những điều bạn còn thắc mắc vào chỗ trống để thảo luận trong buổi học tiếp theo.

Đọc Mác 1:1–20

1. Từ "Phúc Âm" có nghĩa là "Tin tức tốt lành". Sứ đồ Mác bắt đầu sách Tin Lành của mình với ba tuyên bố về Chúa Giê-xu:

    a) Bởi các tiên tri (Sứ giả) trong Cựu Ước (Mác 1:2–3)
    b) Bởi Giăng Báp-tít (Mác 1:7)
    c) Bởi chính Đức Chúa Trời (Mác 1:11)

    Các tuyên bố này cho biết gì về Chúa Giê-xu?

    a)

    b)

    c)

Đọc Mác 1:21–2:17

2. Trong chương 1 và 2, Chúa Giê-xu đã bày tỏ thẩm quyền của Ngài trong những tình huống khác nhau. (Hãy xem Mác 1:16–

20, 21-22, 23-28, 40-45; 2:1-12.) Khi Chúa Giê-xu phán hoặc hành động thì điều gì xảy ra?

Đọc Mác 2:18-3:6

3. Ngay trong thời gian đầu thi hành chức vụ, việc Chúa Giê-xu làm đã gây ra những ý kiến trái chiều. Một số người vô cùng kinh ngạc về Ngài, trong khi những người khác lại tỏ ra tức giận. Bạn có ấn tượng ban đầu về Chúa Giê-xu thế nào?

Bạn có câu hỏi nào về phân đoạn Mác 1:1-3:6 không?

BUỔI 2
DANH TÍNH

⊖ TÓM TẮT

Trong bài học trước, chúng ta đã thấy rằng trọng tâm của Tin Lành là nói về Đấng Christ. Đây là một tin tức tốt lành ("Phúc Âm") về Chúa Giê-xu Christ. Bạn có thể xem lại video/ bài nói chuyện tóm tắt ngắn về bài học tuần trước ở trang 8. Trong tuần này, chúng ta sẽ thấy Mác cho chúng ta biết Chúa Giê-xu là ai.

⊚ KHÁM PHÁ

- *Thảo luận các câu hỏi trong phần nghiên cứu thêm của bài học tuần trước.*
- *Hãy cùng xem trong Mác 4:35–41 và trả lời những câu hỏi sau đây.*

1. Các môn đồ có hy vọng nào để có thể sống sót qua cơn bão?

2. Có điều gì đáng chú ý trong cách Chúa Giê-xu dẹp yên cơn bão? (xem Mác 4:39)

3. Các câu Kinh thánh dưới đây (trích từ Thi Thiên 107) là một bài ca ngợi khen Chúa về quyền năng của Ngài trên biển cả. Các môn đồ của Ngài có lẽ cũng biết rõ bài ca này. Bạn hãy đọc và tìm những điểm tương đồng với trải nghiệm của các môn đồ trong Mác 4:35–41.

> ^{23} Có những kẻ xuống tàu vượt đại dương,
> Ấy là những người làm ăn trên biển cả;
> ^{24} Họ trông thấy những việc làm của Chúa,
> Và những việc lạ lùng của Ngài ở giữa biển sâu,
> ^{25} Vì Ngài chỉ phán một tiếng, gió bão liền nổi lên cuồn cuộn,
> Cuồng phong nâng cao những ngọn sóng lớn kinh hồn.
> ^{26} Sóng cả dâng cao đến tận trời, rồi trụt sâu xuống vực thẳm;
> Giữa cảnh khốn cùng họ hồn phi phách tán.
> ^{27} Họ bị quay cuồng đảo điên như người say rượu;
> Mọi tài trí khôn ngoan đều biến mất.
> ^{28} Bấy giờ trong cơn khốn quẫn họ kêu cầu với Chúa;
> Ngài giải cứu họ ra khỏi cảnh khốn cùng.
> ^{29} Ngài khiến bão tố yên lặng như tờ;
> Những ngọn sóng lớn im lìm hạ xuống.
> ^{30} Họ rất đỗi vui mừng vì biển êm gió lặng;
> Rồi Ngài đưa họ đến bến bờ họ mong ước.
> ^{31} Hãy để họ cảm tạ Chúa vì tình thương của Ngài,
> Và vì những việc lạ lùng Ngài làm cho con cái loài người.
>
> (Thi Thiên 107:23–31)

BUỔI 2 | **DANH TÍNH**

Bạn thấy có những điểm tương đồng nào?

4. Bài ca (Thi Thiên 107:30) và câu chuyện (Mác 4:41) có hai kết thúc khác nhau. Tại sao các môn đồ vẫn còn kinh hãi sau khi cơn bão đã được dẹp yên?

KHÁM PHÁ | TIN LÀNH

🔊 LẮNG NGHE

"Người nầy là ai mà gió và biển đều vâng lời người!"

(Mác 4:41)

- Biết được danh tính của Chúa Giê-xu rất quan trọng, vì nếu không, chúng ta sẽ hiểu sai về Ngài.

- Mác cho biết danh tính của Chúa Giê-xu bằng cách chỉ ra:

    1. Quyền năng và thẩm quyền của Ngài khi giảng dạy (Mác 1:21–22).

    2. Quyền năng và thẩm quyền của Ngài trên bệnh tật (Mác 1:29–31, 32–34, 3:22).

    3. Quyền năng và thẩm quyền của Ngài trên thiên nhiên (Mác 4:35–41; và xem Thi Thiên 107:23–31).

    4. Quyền năng và thẩm quyền của Ngài trên sự chết (Mác 5:21–24, 35–43).

    5. Quyền năng và thẩm quyền của Ngài trong việc tha thứ tội lỗi (Mác 2:1–12).

- Là Con của Đức Chúa Trời và Vị Vua duy nhất do Đức Chúa Trời lựa chọn, Chúa Giê-xu sống với thẩm quyền của Đức Chúa Trời và bày tỏ quyền năng Ngài.

BUỔI 2 | DANH TÍNH

💬 THẢO LUẬN

1. Bạn nghĩ gì về những bằng chứng mà Mác đã đưa ra cho chúng ta?

2. Theo bạn thì Chúa Giê-xu là ai?

Thuật ngữ Kinh thánh

Môn đồ: Những người được kêu gọi theo Chúa Giê-xu, học hỏi từ Ngài và trở thành chứng nhân cho chức vụ của Ngài.

Sa-bát: Ngày mà người Do Thái dành riêng để nghỉ ngơi và thờ phượng Chúa.

Tội lỗi: Sự chống nghịch với Đức Chúa Trời. Không thể nghĩ, nói và làm điều chúng ta nên làm.

Báng bổ: Xuyên tạc về Chúa hoặc không coi trọng danh Chúa và thuộc tính của Ngài.

Con Người: Danh xưng này xuất hiện trong sách Đa-ni-ên thời Cựu Ước, Con Người đến từ Thiên Đàng và được ban cho quyền cai trị vĩnh cửu trên toàn cõi thế gian. Chúa Giê-xu thường dùng danh xưng này cho chính Ngài.

➔ **NGHIÊN CỨU THÊM**

Mỗi tuần bạn sẽ học một vài đoạn trong sách Mác. Đến khi kết thúc bài 6 thì bạn đã đọc được hết toàn bộ Phúc âm Mác. Hãy dùng những câu hỏi sau đây giúp bạn khám phá phân đoạn Kinh thánh trong tuần. Và hãy viết những điều bạn còn thắc mắc vào chỗ trống để thảo luận trong buổi học kế tiếp.

Đọc Mác 3:7–5:43

1. Trong phân đoạn Kinh thánh này, Mác ghi lại việc Chúa Giê-xu thực hiện bốn phép lạ:

    a) Dẹp yên cơn bão (Mác 4:35–41)

    b) Chữa lành người bị quỉ ám (Mác 5:1–20)

    c) Chữa lành người đàn bà bị bệnh (Mác 5:25–34)

    d) Làm cho đứa bé gái đã chết sống lại (Mác 5:35–43)

   Chúa Giê-xu đã thực thi thẩm quyền gì trong những sự kiện trên?

    a)

    b)

    c)

    d)

BUỔI 2 | **DANH TÍNH**

- Phân đoạn Kinh thánh này cho chúng ta biết thêm về quyền năng và thẩm quyền của Ngài so với những đoạn trước như thế nào?

2. Khi con gái của Giai-ru chết, mọi hy vọng dường như đều tan biến (Mác 5:35), nhưng Chúa Giê-xu đã bảo Giai-ru làm gì (câu 36)?

- Yêu cầu này có "hợp lý" không?

3. Nhìn lại cả 4 sự kiện trên (xem câu hỏi số 1), mọi người đã đáp lại Chúa Giê-xu theo những cách nào? Hãy xem…

   a) Mác 4:40–41

   b) Mác 5:15

c) Mác 5:27-28, 34

d) Mác 5:42

- Bạn có nhìn thấy chính mình trong những cách phản ứng trên hay không?

Bạn còn có câu hỏi nào về phân đoạn Mác 3:7-5:43 không?

BUỔI 3
TỘI LỖI

⊖ TÓM TẮT

Trong bài học trước, chúng ta đã biết được Chúa Giê-xu là Đấng Christ (Vị Vua duy nhất do Đức Chúa Trời lựa chọn) và là Con của Đức Chúa Trời. Bạn có thể xem lại video/ bài nói chuyện tóm tắt ngắn bài tuần trước ở trang 16. Trong bài này, chúng ta sẽ xem Mác nói gì về lý do Chúa Giê-xu đến thế gian.

⊚ KHÁM PHÁ

- *Thảo luận các câu hỏi trong phần Bài làm của bài học tuần trước.*

- *Hãy cùng xem Mác 2:1–12 và trả lời những câu hỏi sau đây.*

1. Một đám đông kéo đến để nghe Chúa Giê-xu giảng đạo. Tại sao? Chúa Giê-xu đã xây dựng danh tiếng gì trong những ngày đầu thi hành chức vụ? (Xem Mác 1:27–28, 32–34, 45 để có gợi ý trả lời.)

2. Bốn người đàn ông hy vọng Chúa Giê-xu sẽ làm gì?

3. Thay vì vậy, Chúa Giê-xu đã làm gì trong Mác 2:5? Theo bạn thì tại sao Ngài lại làm điều này trước tiên?

4. Tại sao những thầy thông giáo lại khó chịu về điều Chúa Giê-xu nói? (Xem Mác 2:6–7)

5. Họ có đưa ra kết luận đúng đắn không?

BUỔI 3 | **TỘI LỖI**

6. Làm sao chúng ta biết được Chúa Giê-xu có thẩm quyền tha thứ tội lỗi? (Xem Mác 2:8–12)

KHÁM PHÁ | TIN LÀNH

🔊 LẮNG NGHE

> *Ta đến không phải để gọi những người công chính, nhưng là những kẻ tội lỗi.*
>
> (Mác 2:17)

- Lý do khiến thế giới không vận hành theo cách đáng phải có là vì chúng ta không sống đúng theo cách mà chúng ta nên sống.

- Chúa Giê-xu cho chúng ta biết rằng "tội lỗi" đến từ "bên trong", từ "trong lòng" chúng ta mà ra (Mác 7:20–22).

- Mỗi người đều có vấn đề về tấm lòng. Chúng ta thường đối xử với nhau và với thế giới của mình một cách đáng xấu hổ, và chúng ta cũng cư xử với Đức Chúa Trời theo một cách như vậy.

- Chúng ta nên yêu Chúa hết lòng, hết linh hồn, hết trí và bằng tất cả sức lực của mình. Nhưng chúng ta chưa bao giờ làm được điều đó.

- Hết thảy chúng ta đều chống nghịch với Đức Chúa Trời, Đấng Tạo Hóa đầy yêu thương của chúng ta. Kinh thánh gọi sự chống nghịch đó là "tội lỗi".

- Chúa Giê-xu đến để giải quyết vấn đề về tấm lòng và tội lỗi của chúng ta. Ngài đến với những ai nhận biết mình xấu xa, chứ không phải với những người nghĩ rằng mình tốt đẹp.

- Chúa Giê-xu đã yêu thương cảnh báo chúng ta về địa ngục, bởi vì Ngài không muốn chúng ta đi vào đó. Tội lỗi của chúng luôn đặt chúng ta vào tình trạng nguy hiểm, dù chúng ta nhận thức được hay không (Mác 9:43–47).

BUỔI 3 | **TỘI LỖI**

💬 THẢO LUẬN

1. Hãy đọc Mác 9:43–47. Theo bạn thì tại sao Chúa Giê-xu phải sử dụng ngôn từ mạnh mẽ khi nói về việc tránh xa địa ngục?

2. Chúa Giê-xu tin là có địa ngục. Vậy chúng ta có nên tin không? Tại sao có hoặc tại sao không?

3. Hãy thử tưởng tượng, nếu tất cả những suy nghĩ, lời nói, hành động của bạn đều bị lộ ra cho tất cả mọi người thấy. Bạn sẽ cảm thấy như thế nào?

Thuật ngữ Kinh thánh

Linh hồn: Phần bất tử của chúng ta.

Tội nhân: Những người phạm tội (là tất cả chúng ta). Hãy xem phần thảo luận về "tội lỗi" ở trang 17.

Pha-ri-si: Các lãnh đạo tôn giáo Do Thái.

Người công bình: Có mối tương giao đúng đắn với Đức Chúa Trời.

→ NGHIÊN CỨU THÊM

Hãy dùng những câu hỏi sau đây giúp bạn khám phá phân đoạn Kinh thánh trong tuần. Và viết những điều bạn còn thắc mắc vào chỗ trống để thảo luận trong buổi học kế tiếp.

Đọc Mác 6:1-8:29

1. Trong những đoạn trước (1-5), Mác đã xây nên một bức tranh về quyền năng và thẩm quyền của Chúa Giê-xu. Ngài cho chúng ta thấy nhiều phép lạ khác nhau: chữa bệnh, đuổi quỷ, làm cho người chết sống lại, khiến bão tố phải lặng yên.

   Phân đoạn Kinh thánh này (Mác 6:1-8:29) đã tô điểm thêm cho bức tranh đó như thế nào? (Xem Mác 6:32-44, 47-48; 7:31-37; 8:1-10, 22-26.)

2. Chúa Giê-xu xem đoàn dân đông trong Mác 6:34 như "chiên không có người chăn". Ngài đã làm gì để giải quyết việc đó?

   • Nếu Chúa Giê-xu nhìn vào gương mặt của những con người trong thế giới bận rộn ngày nay, bạn nghĩ Chúa Giê-xu có cảm thấy giống như vậy không? Tại sao/ tại sao không?

BUỔI 3 | **TỘI LỖI**

- Bạn có thấy cần Chúa Giê-xu như người chăn của mình không ?

3. Hãy viết xuống những phản ứng khác nhau về Chúa Giê-xu khi Ngài giảng dạy và làm phép lạ :

   a) Trong nhà hội tại quê hương của Ngài (Mác 6:1–6).

   b) Giữa mọi người nói chung (Mác 6:14–15, 53–56 ; 7:37)

   c) Từ những môn đồ (Mác 6:51–52).

   d) Từ những lãnh đạo tôn giáo (Mác 8:11).

- Theo bạn thì tại sao mọi người lại phản ứng khác nhau nhiều như vậy trong mỗi trường hợp trên?

- Bạn tự thấy mình giống với nhóm người nào?

4. Hãy đọc câu hỏi của Chúa Giê-xu trong Mác 8:29. Bạn sẽ trả lời như thế nào nếu bạn chưa bắt đầu học loạt bài Khám Phá Tin Lành này?

- Hiện tại bạn đã đi được nửa hành trình của Phúc âm Mác, bạn đã đọc về những điều kì diệu mà Chúa Giê-xu đã nói và làm, vậy câu trả lời của bạn cho câu hỏi trên có thay đổi gì không?

- Nếu bạn vẫn còn câu hỏi về danh tính của Chúa Giê-xu, hãy viết xuống bên dưới.

Bạn còn có câu hỏi nào về phân đoạn Mác 6:1–8:29 không?

BUỔI 4
THẬP TỰ GIÁ

⊖ TÓM TẮT

Trong bài học trước, chúng ta đã biết rằng Chúa Giê-xu đến để giải quyết vấn đề về tấm lòng—tội lỗi của chúng ta. Bạn có thể xem tóm tắt ngắn của bài trước ở trang 24. Trong bài học này, chúng ta sẽ thấy Mác cho chúng ta biết về lý do Chúa Giê-xu chịu chết.

⦾ KHÁM PHÁ

- *Thảo luận các câu hỏi trong phần NGHIÊN CỨU THÊM của bài học tuần trước.*

- *Hãy đọc Mác 8:22–23 và trả lời các câu hỏi sau đây.*

1. Nhìn chung thì ngày nay mọi người nghĩ Chúa Giê-xu là ai? Họ dựa vào điều gì để tin như vậy?

2. Lời khẳng định của Phi-e-rơ trong Mác 8:29 dường như đã tạo nên một bước ngoặt trong Phúc âm Mác (xem Mác 8:31).

    Phi-e-rơ đã nói gì? Và theo bạn thì tại sao điều này lại vô cùng quan trọng?

3. Khi danh tính của Chúa Giê-xu đã được nhìn nhận rõ ràng (Mác 8:29), Ngài tiếp tục giải thích về sứ mạng của mình trên đất trong Mác 8:31–32. Theo bạn thì tại sao Phi-e-rơ lại can ngăn Chúa Giê-xu ? (xem Mác 8:32–33.)

4. Mác ký thuật lại hai giai đoạn chữa lành người mù trong Mác 8:22–26. Tiến trình chữa lành người mù từ không thấy gì (Mác 8:22) đến mơ hồ nhìn thấy (Mác 8:24) rồi thấy được mọi thứ (Mác 8:25). Các môn đồ "thấy" được danh tính và sứ mạng của Chúa Giê-xu rõ ràng như thế nào trong Mác 8:27–33?

BUỔI 4 | THẬP TỰ GIÁ

5. Chúa Giê-xu nói với Phi-e-rơ rằng ông chỉ nghĩ đến "việc của loài người". Chúa Giê-xu đã mô tả sự thương khó và cái chết của Ngài bằng cụm từ nào (Mác 8:33)?

- Điều này cho chúng ta biết gì về sứ mạng của Ngài?

6. Trong Mác 8:29, Chúa Giê-xu hỏi : "Còn các con thì nói Ta là ai?" Bạn có thể đưa ra một câu trả lời chính xác cho câu hỏi này không? Nếu có thể, câu trả lời của bạn là gì và tại sao?

Thuật ngữ Kinh thánh

Satan: Một thực thể tâm linh với tên gọi có nghĩa là "kẻ thù/ kẻ chống nghịch". Là kẻ chống nghịch với Đức Chúa Trời, dân sự của Ngài và tất cả những điều tốt đẹp. Hắn còn được gọi là ma quỷ.

Giá chuộc: Một cái giá phải trả để người nô lệ được thả tự do.

KHÁM PHÁ | TIN LÀNH

🔊 LẮNG NGHE

"Vì Con Người đã đến không phải để được phục vụ nhưng để phục vụ, và hiến dâng mạng sống mình làm giá chuộc cho nhiều người." (Mác 10:45)

- Cái chết của Chúa Giê-xu trên thập tự giá không phải là một bi kịch vô nghĩa. Đó là một sự giải cứu.

- Chúa Giê-xu đã nói với những người đi theo mình rằng Ngài phải bị giết. Ngài đến để "hiến dâng mạng sống mình làm giá chuộc cho nhiều người" (Mác 10:45).

- Khi Chúa Giê-xu chết trên cây thập tự, sự tối tăm bao trùm khắp đất. Đức Chúa Trời đang giận dữ hành động để trừng phạt tội lỗi.

- Trên thập tự giá, Chúa Giê-xu đã bị Đức Chúa Trời "lìa bỏ" hay bỏ mặc như một hình phạt cho tội lỗi.

- Chúa Giê-xu đã dâng mình chết thế, chịu phạt thay cho chúng ta. Ngài gánh chịu hình phạt mà lẽ ra con người tội lỗi chúng ta đáng phải nhận lấy, để rồi chúng ta có thể được giải cứu.

- Khi Chúa Giê-xu chết, bức màn trong đền thờ xé làm hai từ trên xuống dưới (Mác 15:38). Nhờ thập tự giá, một con đường đã được mở ra để con người có thể đến được với Đức Chúa Trời.

BUỔI 4 | THẬP TỰ GIÁ

- Những người chứng kiến cái chết của Chúa Giê-xu đã có những phản ứng khác nhau:

    - Những tên lính không thấy được điều đang xảy ra.
    - Các lãnh đạo tôn giáo tin rằng họ đã biết rõ con đường đến với Đức Chúa Trời từ trước.
    - Thống đốc La Mã, Bôn-xơ Phi-lát thỏa hiệp với đám đông.
    - Viên đội trưởng nhận ra danh tính của Chúa Giê-xu : "thật Người này là Con Đức Chúa Trời!" (Mác 15:39).

💬 THẢO LUẬN

1. Bạn cảm thấy thế nào nếu có một ai đó sẵn sàng chịu phạt thay cho bạn khi bạn đã làm sai một việc rất nghiêm trọng?

2. Phản ứng nào ở trên giống phản ứng của bạn nhất đối với sự chết của Chúa Giê-xu?

3. Chúa Giê-xu phán Ngài đến *"hiến dâng mạng sống mình làm giá chuộc"* cho tội nhân (Mác 10:45). Bạn sẽ làm gì với tội lỗi của bạn?

→ NGHIÊN CỨU THÊM

Hãy dùng những câu hỏi sau đây giúp bạn khám phá phân đoạn Kinh thánh trong tuần. Và hãy viết những điều bạn còn thắc mắc vào chỗ trống để thảo luận trong buổi học kế tiếp.

Đọc Mác 8:30–10:52

(Lưu ý rằng "Con Người" là cách Chúa Giê-xu nói về mình).

1. Chúa Giê-xu trực tiếp báo trước về sự chết và sự sống lại của mình 3 lần (Mác 8:31, 9:31 và 10:33–34). Ngài nói điều gì "phải" và "sẽ" xảy ra ?

2. Trong Mác 8:31 Chúa Giê-xu phán rằng Ngài "phải" chết. Tại sao Ngài phải chết? (Xem Mác 10:45.)

KHÁM PHÁ | TIN LÀNH

3. Chúa Giê-xu nói "theo Ngài" có nghĩa là gì? (Xem Mác 8:34.)

4. Mỗi lần Chúa Giê-xu nói trước về sự chết và phục sinh của mình, Mác đã ghi lại những phản ứng khác nhau của các môn đồ. (Xem Mác 8:32–33 ; 9:33–35 ; 10:35–45.) Cách các môn đồ phản ứng thế nào trong từng trường hợp?

   a) Mác 8 :32–33

   b) Mác 9 :32–35

   c) Mác 10 :35–41

5. Trong Mác 8:29, Phi-e-rơ nhận ra rằng Chúa Giê-xu là Đấng Christ, là vị Vua duy nhất được Đức Chúa Trời chọn lựa. Qua

BUỔI 4 | **THẬP TỰ GIÁ**

việc đem Chúa Giê-xu ra riêng và trách Ngài (Mác 8:32), Phi-e-rơ đã không đối xử với Chúa Giê-xu như là Vị Vua của Đức Chúa Trời. Bạn nghĩ mình đã đối xử với Chúa Giê-xu như thế nào?

- Bạn cảm thấy thế nào về việc Chúa Giê-xu là chủ trong mọi phương diện của cuộc đời bạn?

Bạn còn có câu hỏi nào về phân đoạn Mác 8:30–10:52 không?

BUỔI 5
PHỤC SINH

← TÓM TẮT

Trong bài học trước, chúng ta đã biết Chúa Giê-xu chết để cứu chúng ta khỏi tội lỗi, bằng cách gánh lấy hình phạt mà đáng ra chúng ta phải chịu. Bạn có thể đọc bài tóm tắt ngắn của bài trước ở trang số 32. Trong bài học này, chúng ta sẽ thấy Mác cho chúng ta biết được lý do Chúa Giê-xu sống lại từ cõi chết.

⊙ KHÁM PHÁ

- *Thảo luận các câu hỏi trong phần NGHIÊN CỨU THÊM của bài học tuần trước.*

- *Cùng xem Mác 14:27–31 và trả lời các câu hỏi sau đây.*

1. Trong phần này, Chúa Giê-xu đang nói chuyện với các môn đồ. Ngài cho họ biết trước điều gì? (Xem Mác 14:27, 28 và 30.)

2. Phi-e-rơ phản đối điều Chúa Giê-xu báo trước theo những cách nào? (Xem Mác 14:29, 31.)

3. Trong Mác 14:27, Chúa Giê-xu đã trích dẫn Kinh thánh Cựu Ước (Xa-cha-ri 13:7) để giải thích những điều Ngài sẽ trải qua và tại sao các môn đồ sẽ tản lạc khắp nơi.

   Làm sao chúng ta biết được Chúa Giê-xu thật sự có ý định nhóm hiệp tất cả "chiên" lại, sau khi họ tản lạc khắp nơi bởi cái chết của Ngài? (Xem Mác 14:28 và Mác 16:6–7.)

4. Phi-e-rơ chú ý đến điều nào trong số những Chúa Giê-xu đã báo trước?

BUỔI 5 | **PHỤC SINH**

- Ông ấy đã bỏ qua điều nào?

5. Chúa Giê-xu đã nói một cách rõ ràng và nhiều lần về việc Ngài sẽ sống lại từ cõi chết. (Xem Mác 8:31, 9:30–31, 10:32–34.) Các môn đồ có hiểu ý nghĩa của điều đó không? Nếu không, tại sao họ lại không hỏi Chúa Giê-xu về điều đó? (Xem Mác 9:32.)

Thuật ngữ Kinh thánh

Người ngoại: Không phải là người Do Thái

Phi-lát: Thống đốc La Mã tại thành Giê-ru-sa-lem

Vương quốc của Đức Chúa Trời: bất cứ nơi nào có Vị Vua được Đức Chúa Trời chọn lựa (Chúa Giê-xu) cai trị dân sự của Ngài. Không phải là vương quốc về mặt địa lý.

KHÁM PHÁ | TIN LÀNH

🔊 LẮNG NGHE

"Ngài sống lại rồi! ... như Ngài đã phán cùng các ngươi."

(Mác 16:6–7)

- Chúa Giê-xu đã nhiều lần khẳng định rằng Ngài sẽ sống lại vào ngày thứ ba sau khi chết.

- Chúa Giê-xu thật sự đã chết: những người phụ nữ, Giô-sép ở thành A-ri-ma-thê, viên đội trưởng La Mã và Bôn-xơ Phi-lát tất cả đều chắc chắn rằng Chúa Giê-xu đã chết.

- 36 giờ đồng hồ sau đó, tảng đá to và nặng chặn trước cửa ngôi mộ của Ngài đã được lăn ra.

- Một người trẻ tuổi mặc áo dài trắng nói với những người phụ nữ rằng Chúa Giê-xu đã sống lại từ cõi chết. Người ấy còn nói rằng các môn đồ sẽ thấy Ngài tại Ga-li-lê, như Ngài đã nói với họ trước khi chịu chết.

- Chúa Giê-xu hiện ra với các môn đồ ít nhất mười lần sau cái chết của Ngài. Một lần nọ Ngài cũng hiện ra cho hơn 500 người cùng thấy.

- Không chỉ có các môn đồ mới thấy Chúa Giê-xu phục sinh, mà chúng ta cũng sẽ thấy Ngài.

- Sự phục sinh đảm bảo rằng một ngày kia, tất cả chúng ta ở trong thân thể này cũng sẽ được sống lại từ cõi chết. Và Chúa Giê-xu sẽ là vị Thẩm Phán đoán xét chúng ta trong ngày đó.

- Chúa Giê-xu chết để trả giá cho tội lỗi của chúng ta và sống lại từ cõi chết để chứng minh rằng cái giá của tội lỗi đã thật sự được trả xong. Nếu chúng ta đặt niềm tin của mình nơi Chúa Giê-xu, hết thảy mọi tội lỗi của chúng ta đều sẽ được tha thứ hoàn toàn.

BUỔI 5 | **PHỤC SINH**

- Bởi vì Chúa Giê-xu đã sống lại, nên chúng ta có thể tin cậy Ngài kể cả trong sự chết chính mình. Chúng ta có sẵn sàng để gặp Chúa chưa?

THẢO LUẬN

1. "Vì Ngài đã ấn định một ngày mà Ngài sẽ lấy sự công chính phán xét thế gian bởi Người Ngài đã lập. Và để xác chứng cho mọi người thấy, Ngài đã khiến Người sống lại từ cõi chết." (Công Vụ Các Sứ Đồ 17:31). Bạn nghĩ thế nào về việc này?

2. Bạn có tin rằng Chúa Giê-xu đã từ cõi chết sống lại không? Tại sao có hoặc tại sao không?

→ NGHIÊN CỨU THÊM

Hãy dùng những câu hỏi sau đây giúp bạn khám phá phân đoạn Kinh thánh trong tuần. Và hãy viết những điều bạn còn thắc mắc vào chỗ trống để thảo luận trong buổi học kế tiếp.

Đọc Mác 11:1–33

1. Đoàn dân có thái độ thế nào đối với Chúa Giê-xu khi Ngài vào thành Giê-ru-sa-lem? (Xem Mác 11:8–10.)

2. Tiên tri Xa-cha-ri trong thời Cựu Ước có chép rằng một ngày kia sẽ có một người cưỡi lừa tiến vào thành Giê-ru-sa-lem (hay còn gọi là Si-ôn).

   Hỡi con gái Si-ôn, hãy hết sức vui mừng
      Hỡi con gái Giê-ru-sa-lem, hãy reo hò mừng vui
   Nầy, Vua ngươi đến với ngươi
      Ngài là Đấng Công Chính và ban sự cứu rỗi
   Khiêm tốn và cưỡi lừa
      Một con lừa con, là con của lừa cái.

                                              (Xa-cha-ri 9:9)

Đoàn dân sẽ hiểu thế nào về Chúa Giê-xu khi Ngài tiến vào thành bằng cách đó?

BUỔI 5 | **PHỤC SINH**

Đọc Mác 12:1–13:37

3. Các lãnh đạo tôn giáo phản ứng thế nào với Chúa Giê-xu trong Mác 11:18 và 12:12?

4. Các lãnh đạo tôn giáo này đã đối xử với Chúa Giê-xu thế nào vì sợ Ngài? (Xem Mác 11:27–33 ; 12:13–17.)

5. Những người Sa-đu-sê là nhóm lãnh đạo tôn giáo không tin vào sự sống lại. Trong Mác 12:18–23, họ cố tình hạ thấp Chúa Giê-xu khi hỏi Ngài về sự sống lại. Chúa Giê-xu đã nói lý do thật của sự vô tín của họ là gì? (Mác 12:24.)

6. Chúa Giê-xu còn phê phán các lãnh đạo tôn giáo trong những

vấn đề nào nữa? (Xem Mác 12:38–40.)

7. Một vài ngày sau đó, đoàn dân trở lại với thái độ hoàn toàn thay đổi. Họ bị các lãnh đạo tôn giáo xúi giục yêu cầu xử tử Chúa Giê-xu (xem Mác 15:9–13). Bạn có ngạc nhiên không khi những người được tôn trọng, ngay cả về mặt tôn giáo như vậy, mà vẫn khước từ Chúa Giê-xu? Tại sao có hoặc tại sao không?

Bạn còn có câu hỏi nào về phân đoạn Mác 11:1–13:37 không?

BUỔI 6
ÂN ĐIỂN

↶ TÓM TẮT

Trong bài học trước, chúng ta đã biết được sự phục sinh chứng tỏ rằng Đức Chúa Trời chấp nhận giá chuộc tội lỗi mà Chúa Giê-xu đã trả, rằng sự chết đã bị đánh bại và Chúa Giê-xu sẽ trở lại để xét đoán mọi người. Bạn có thể xem phần tóm tắt ngắn của bài trước ở trang 42. Trong bài học này, chúng ta sẽ xem Mác cho chúng ta biết Đức Chúa Trời có thể chấp nhận chúng ta vì Chúa Giê-xu như thế nào.

⊙ KHÁM PHÁ

- *Thảo luận các câu hỏi trong phần NGHIÊN CỨU THÊM của bài học tuần trước.*

- *Cùng xem Mác 10:13–16 và trả lời câu hỏi sau đây.*

1. Từ tất cả những điều bạn đã biết về Chúa Giê-xu, thì theo bạn tại sao người ta lại đem những đứa trẻ đến với Ngài? (Xem Mác 10:13, 16)

2. Kinh thánh không cho chúng ta biết lý do tại sao các môn đồ trách mắng những người đem con trẻ đến với Chúa Giê-xu. Nguyên nhân của sự khó chịu này có thể là gì? (Xem Mác 9:33–34)

3. Hãy đọc Mác 9:33–37. Trong Mác 10:14, chúng ta được biết rằng Chúa Giê-xu đã nổi giận với các môn đồ. Bạn có ngạc khi Chúa Giê-xu có phản ứng mạnh như vậy không? Tại sao có hoặc tại sao không?

4. Hãy đọc Mác 10:14–15. Làm sao chúng ta biết được Chúa Giê-xu không chỉ có ý nói rằng những đứa trẻ nhỏ bé như vậy thuộc về Vương quốc của Đức Chúa Trời?

5. Hãy đọc Mác 10:16. Những đứa trẻ nhỏ bé này chẳng làm gì hầu có được sự chấp nhận của Chúa Giê-xu. Điều duy nhất chúng làm chỉ là đến với Chúa và được Ngài ôm vào lòng. Điều này có nghĩa gì trong việc chúng ta được vào vương quốc của Đức Chúa Trời? (Xem Mác 10:15.)

BUỔI 6 | ÂN ĐIỂN

🔊 LẮNG NGHE

"Quả thật, ta nói cùng các ngươi, ai chẳng nhận lấy nước Đức Chúa Trời như một đứa trẻ, thì chẳng được vào đó bao giờ."

(Mác 10:15)

- Nếu Chúa hỏi "Tại sao Ta phải ban cho con sự sống đời đời?", bạn sẽ nói gì?
- Người trai trẻ giàu có muốn biết đủ tốt lành theo tiêu chuẩn của Đức Chúa Trời là như thế nào.
- Chúng ta không bao giờ có thể làm cho đủ việc lành để nhận được sự sống đời đời.
- Chúng ta không thể làm được gì để có thể giải quyết được vấn đề về tấm lòng của chúng ta.
- Nhưng chúng ta có thể nhận được sự sống đời đời như một món quà—được trả bởi chính sự chết của Chúa Giê-xu. Đây là ân điển—món quà Đức Chúa Trời ban cho dù con người không xứng đáng được nhận.
- Chúng ta đầy tội lỗi hơn mình tưởng, nhưng lại được yêu thương nhiều hơn mức mình có thể mơ đến.

Thuật ngữ Kinh thánh

Vương quốc của Đức Chúa Trời: Bất kể nơi nào Vị Vua của Đức Chúa Trời (Chúa Giê-xu) cai trị dân sự của Ngài, không phải vương quốc về mặt địa lý.

Sự sống đời đời: Sự sống đầy trọn, mãi mãi cùng với Đức Chúa Trời trong vương quốc của Ngài.

💬 THẢO LUẬN

1. "Tôi phải làm gì để nhận được sự sống đời đời?" (Mác 10:17) Bạn sẽ trả lời câu hỏi này thế nào?

2. "Bạn tội lỗi hơn mình nghĩ, nhưng lại được yêu thương nhiều hơn mức mình có thể mơ đến". Bạn đáp ứng với điều này thế nào?

3. Ân điển có giúp bạn có cái nhìn khác về Đức Chúa Trời so với bài 1 không?

BUỔI 6 | **ÂN ĐIỂN**

↪ NGHIÊN CỨU THÊM

Hãy dùng những câu hỏi dưới đây để khám phá phân đoạn Kinh thánh trong bài học tuần này. Và hãy viết xuống những điều bạn thắc mắc vào chỗ trống để thảo luận vào buổi học kế tiếp.

Đọc Mác 14:1–72

1. Mác cho chúng ta biết về đêm cuối cùng Chúa Giê-xu ở với các môn đồ và Ngài bị xét xử trước toà công luận của người Do Thái. Qua ký thuật của Mác, làm thế nào chúng ta biết được sự chết của Chúa Giê-xu không phải là sai lầm hay do tình cờ? (Xem Mác 14:12–26, 27–31, 48–49, 61–62.)

   a) Mác 14:12–26

   b) Mác 14:27–31

   c) Mác 14:48–49

   d) Mác 14:61–62

KHÁM PHÁ | TIN LÀNH

2. Chúa Giê-xu biết rằng sứ mạng của Ngài là chịu chết. Có phải điều này khiến cái chết trở nên dễ dàng hơn cho Ngài không? (Xem Mác 14:33–36; 15:34.)

Đọc Mác 15:1–16:8

3. Ngay lúc Chúa Giê-xu chết, điều gì đã xảy ra trong đền thờ ở phía bên kia thành phố? (Mác 15:38)

- Bức màn trong đền thờ như một biển báo lớn có ghi chữ "Cấm vào". Điều đó cho thấy con người bị phân cách với Đức Chúa Trời vì cớ tội lỗi. Vậy theo bạn thì tại sao Mác ghi lại việc đã xảy ra với bức màn này?

BUỔI 6 | ÂN ĐIỂN

4. Trong Mác 14:50, chúng ta biết các môn đồ đã rời bỏ Chúa Giê-xu. Trong Mác 14:66–72, chúng ta biết Phi-e-rơ đã liên tục chối Chúa. Theo bạn thì tạo sao họ lại phản ứng như vậy dù Chúa Giê-xu đã báo trước về sự chết của Ngài?

5. Viên đội trưởng người La Mã, người trực tiếp chỉ huy việc tử hình, đã nói gì khi thấy Chúa Giê-xu trút hơi thở cuối cùng? (Mác 15:39)

- Tại sao ông ấy lại nói vậy–và tại sao điều đó gây ngạc nhiên?

6. Ân điển là khi Đức Chúa Trời đối xử với chúng ta hoàn toàn trái ngược với điều mà chúng ta đáng phải chịu. Đó là món quà ban cho người không xứng đáng. Phi-e-rơ đã chối Chúa Giê-xu ba lần (Mác 14:66–72). Bạn nghĩ Phi-e-rơ sẽ cảm thấy thế nào khi nhận được lời nhắn trong Mác 16:7? Tại sao?

KHÁM PHÁ | TIN LÀNH

- Ân điển mà Chúa Giê-xu đã bày tỏ cho Phi-e-rơ là hình ảnh về ân điển ban cho chúng ta ngày nay. Bạn sẽ đáp ứng thế nào về món quà Chúa Giê-xu ban tặng?

Bạn còn có câu hỏi nào về phân đoạn Mác 14:1–16:8 không?

NGÀY TẬP TRUNG XA 1
NGƯỜI GIEO GIỐNG

TÓM TẮT

Trong bài học trước, chúng ta đã biết rằng Đức Chúa Trời chấp nhận chúng ta không phải vì chúng ta đã làm được gì nhưng là nhờ điều Chúa Giê-xu đã làm. Đó là ân điển–món quà mà chúng ta không xứng đáng được nhận từ Chúa. Bạn có thể xem phần tóm tắt ngắn của bài trước ở trang 49. Bài học hôm nay sẽ giúp chúng ta hiểu được tầm quan trọng của việc cẩn thận lắng nghe, khiêm nhường đặt câu hỏi và khôn ngoan lựa chọn.

KHÁM PHÁ

- *Hãy cùng xem Mác 4:1–9 và câu 13–20. Và trả lời câu hỏi sau đây.*

1. Truyện ngụ ngôn là câu chuyện ẩn dụ, đôi khi ẩn chứa ý nghĩa sâu xa. Mỗi phần trong ẩn dụ này tượng trưng cho điều gì? (Xem Mác 4:13–20)

    - Người gieo giống tượng trưng cho ...

    - Hạt giống là ...

    - Con đường chỉ về những người ...

- Đất đá chỉ về những người ...

- Gai góc là gì trong thực tế?

- Bằng cách nào bạn có thể nhận ra những người tượng trưng cho mảnh đất tốt?

🔊 LẮNG NGHE

"Ngài lại phán: "Ai có tai để nghe, hãy nghe!""

(Mác 4:9)

- Tin lành về Chúa Giê-xu chỉ thay đổi cuộc đời bạn khi bạn chịu lắng nghe cẩn thận.

- Ẩn dụ này giải thích về điều có thể xảy ra sau khi một người được nghe tin lành.

    1. Sa-tan giống như kẻ trộm muốn lấy đi sứ điệp Phúc Âm đã được gieo vào lòng bạn.
    2. Một số người đã chọn bỏ Chúa Giê-xu hơn là chấp nhận trả giá để theo Ngài.
    3. Một số người lại để ham muốn những điều khác của mình trở nên mạnh mẽ hơn lòng khao khát Chúa Giê-xu.
    4. Một số khác thì nhận biết rằng Chúa Giê-xu chính là báu vật quý giá nhất trên đời này.

- Sứ điệp Phúc Âm có năng quyền tác động xuyên qua mọi tấm lòng, miễn là chúng ta lắng nghe và làm theo.

💬 THẢO LUẬN

1. Khi nhìn lại khoá học này, bạn có thấy mình đã bị cướp mất lời nào từng được gieo vào lòng bạn không?

2. Loại đất nào trong ẩn dụ trên mô tả đúng nhất về bạn?

Thuật ngữ Kinh thánh

Truyện ngụ ngôn: Câu chuyện ẩn dụ/ Dụ ngôn–Một câu chuyện đơn giản mang ý nghĩa thuộc linh.

NGÀY TẬP TRUNG XA 2
GIA-CƠ & GIĂNG

🔊 LẮNG NGHE

"Các con muốn Ta làm gì cho các con?"

(Mác 10:36)

- Nếu Chúa hỏi: "Con muốn Ta làm gì cho con?", thì bạn sẽ cầu xin điều gì?

- Gia-cơ và Giăng muốn quyền lực và danh tiếng, song Chúa Giê-xu lại ban cho họ điều quý giá hơn bội phần–là chính Ngài.

- Theo Chúa Giê-xu có nghĩa là phục vụ, chứ không phải địa vị.

- Sự mãn nguyện, thoả lòng và hạnh phúc không đến từ việc tìm kiếm địa vị hay bất kì điều gì khác–tất cả đều đến từ Đức Chúa Trời.

- Chúng ta coi trọng những điều này hơn Đức Chúa Trời. Kinh thánh gọi đó là tội thờ hình tượng–biến những vật Đức Chúa Trời tạo nên thành chúa của chúng ta.

- Người mù Ba-ti-mê gọi Chúa Giê-xu là "Con vua Đa-vít" và xin Ngài thương xót ông. Ông đã được nhận được sự thương xót và theo Ngài.

- Bạn muốn Chúa Giê-xu làm gì cho mình?

KHÁM PHÁ | TIN LÀNH

💬 THẢO LUẬN

1. Bạn nhận thấy mình giống ai trong các nhân vật Giăng và Gia-cơ? Hay Ba-ti-mê? Tại sao?

2. Bạn muốn Chúa Giê-xu làm gì cho mình?

Thuật ngữ Kinh thánh

Vinh hiển: Tình trạng hoặc vị trí được tôn cao.

Ra-bi: Thầy dạy, người Do Thái

NGÀY TẬP TRUNG XA 3
HÊ-RỐT

🎧 LẮNG NGHE

"Vua đau lòng lắm; nhưng vì lời thề và vì khách dự tiệc, vua không muốn thất hứa." (Mác 6:26)

- Chúng ta hiện nay chính là kết quả của điều mình đã lựa chọn.

- Vua Hê-rốt giam Giăng Báp-tít vào ngục.

- Vua Hê-rốt thích nghe Giăng giảng dạy nhưng không hề ăn năn.

- Vua Hê-rốt không nghe theo lời Giăng đã nói về bà Hê-rô-đia. Vì thế, đến cuối cùng, ông bị thúc ép làm điều ông không mong muốn—và xử tử Giăng Báp-tít.

- Nếu chúng ta nghe theo Chúa Giê-xu và coi trọng lời của Ngài, gia đình và bạn bè có thể khước từ chúng ta. Nhưng sẽ có một gia đình các tín hữu đầy tình yêu thương luôn giúp đỡ và khích lệ chúng ta.

- Mặc dù việc theo Chúa Giê-xu sẽ khiến chúng ta chịu nhiều bắt bớ, nhưng Chúa Giê-xu hứa rằng giữa những bắt bớ đó, Ngài sẽ ban ơn dư dật cho chúng ta cùng sự vui mừng lớn.

- Khi bỏ qua lời kêu gọi ăn năn và tin nhận Chúa Giê-xu, có thể chúng ta sẽ được người khác chấp nhận, nhưng đến cuối cùng chính chúng ta sẽ bị Chúa Giê-xu khước từ.

💬 THẢO LUẬN

1. Bạn nghĩ vua Hê-rốt cảm thấy thế nào khi ra lệnh xử tử Giăng Báp-tít? (Xem Mác 6:20, 26 và Mác 6:16)

2. Mác cho chúng ta biết rằng "cơ hội đã đến" (Mác 6:21). Bà Hê-rô-đia đã tận dụng cơ hội để làm gì? Xem 6:19, 24.)

3. Vua Hê-rốt đã mất đi cơ hội gì? Và tại sao?

4. Vua Hê-rốt tượng trưng cho mảnh đất nào? (Mác 4:15–20)

5. Có một câu danh ngôn nói rằng: "Chúng ta hiện nay chính là kết quả của điều mình đã lựa chọn". Điều này đúng với vua Hê-rốt thế nào?

6. Bạn sẽ lựa chọn gì về những điều bạn đã nghe trong suốt khoá học *Khám Phá Tin Lành* này?

BUỔI 7
ĐẾN VÀ CHỊU CHẾT

◯ TÓM TẮT

Trong các bài ngày tập trung xa, chúng ta đã thấy được tại sao chúng ta cần phải cẩn thận lắng nghe lời Chúa, khiêm nhường cầu xin sự thương xót của Ngài và chọn cách đáp ứng khôn ngoan với Chúa Giê-xu. Bạn có thể đọc tóm tắt ngắn của bài trước ở trang 56, 59 và 61. Trong bài học cuối cùng này, chúng ta sẽ tìm hiểu ý nghĩa của việc theo Chúa Giê-xu.

⦿ KHÁM PHÁ

- *Hãy thảo luận các câu hỏi trong phần NGHIÊN CỨU THÊM của bài học tuần trước.*
- *Cùng xem Mác 1:14–15 và trả lời các câu hỏi sau đây.*

1. Chúng ta đã nghe về tin tức tốt lành xuyên suốt khoá học Khám Phá Tin Lành này. Trong Mác 1:14–15, Tin Lành được nhắc đến 2 lần. Nhưng để có thể hiểu rõ về Tin Lành, đầu tiên chúng ta cần phải biết về "tin dữ" trước đã.

   "Tin dữ" là gì trong những câu Kinh thánh sau đây?

a) Mác 7:20-23

b) Mác 9:43-47

c) Mác 10:26-27

2. "... Đức Chúa Giê-xu đến Ga-li-lê, rao giảng Tin Lành của Đức Chúa Trời."(Mác 1:14). Khoá học này đã trả lời cho những câu hỏi sau đây như thế nào?

• Tại sao Chúa Giê-xu lại đến?

• Tại sao Chúa Giê-xu chịu chết?

BUỔI 7 | ĐẾN VÀ CHỊU CHẾT

- Tại sao Chúa Giê-xu sống lại?

- Làm sao Đức Chúa Trời có thể chấp nhận chúng ta?

3. "... *Hãy ăn năn và tin nhận Tin Lành*" (Mác 1:15). "Ăn năn" có nghĩa là quay ngược trở lại từ hướng mà bạn đang đi. Và "tin nhận Tin Lành" có nghĩa là hành động và xây dựng cuộc đời dựa trên sự quay trở lại của bạn. Điều đó có ý nghĩa gì đối với bạn?

KHÁM PHÁ | TIN LÀNH

🔊 LẮNG NGHE

"...Nếu ai muốn theo Ta, phải từ bỏ chính mình, vác thập tự giá mình mà theo Ta." (Mác 8:34)

- Các môn đồ đã tận mắt chứng kiến quyền năng và thẩm quyền của Chúa Giê-xu–thế nhưng họ vẫn hỏi: "Người nầy là ai?"
- Chúa Giê-xu chữa lành người mù một cách chậm rãi.
- Việc chữa lành người mù một cách chậm rãi phản ánh sự hiểu biết dần phát triển của các môn đồ.
- Phi-e-rơ biết rằng Chúa Giê-xu chính là Đấng Christ, Vị Vua duy nhất được Đức Chúa Trời chọn lựa.
- Nhưng "thị lực" của các môn đồ vẫn chưa hoàn toàn được khôi phục. Mặc dù họ biết Chúa Giê-xu là ai, nhưng họ vẫn chưa hiểu được tại sao Ngài lại đến và việc theo Ngài có nghĩa là gì.
- Theo Chúa Giê-xu có nghĩa là từ bỏ chính mình và vác thập tự giá của mình.
- Nếu chúng ta muốn cứu mạng sống của mình, chúng ta phải trao phó cuộc đời cho Chúa Giê-xu.
- Một môn đồ thật của Chúa Giê-xu là người hiểu rõ cái giá phải trả khi theo Ngài–nhưng vẫn vui lòng chấp nhận, vì biết rằng Chúa Giê-xu đáng giá gấp vạn lần hơn.
- Bạn thấy được gì khi nhìn vào:
  - **Danh tính** của Chúa Giê-xu? (Có phải Ngài chỉ là một người tốt, hay Ngài là Đấng Christ, Con của Đức Chúa Trời?)

BUỔI 7 | ĐẾN VÀ CHỊU CHẾT

- **Sứ mạng** của Chúa Giê-xu? (Có phải cái chết của Ngài chỉ là bi kịch vô nghĩa, hay là một sự giải cứu–là "giá chuộc cho nhiều người"?)

- **Tiếng gọi** của Chúa Giê-xu? (Có phải đó là sự kêu gọi từ bỏ cuộc sống, hay là cách để có được sự sống?)

💬 THẢO LUẬN

1. "Một người nếu được cả thế gian mà mất linh hồn mình thì có ích gì?" (Mác 8:36) Bạn sẽ trả lời câu hỏi này thế nào?

2. Bạn có thấy hổ thẹn về Chúa Giê-xu và lời của Ngài không? (Mác 8:38)

3. Bạn hãy cho điểm những câu bên dưới (0 = hoàn toàn không thuyết phục, 10 = tin một cách chắc chắn)

Chúa Giê-xu là Đấng Chist, là Con của Đức Chúa Trời.

0   10
_____

Chúa Giê-xu đến để giải cứu tôi khỏi tội lỗi của mình.

0   10
_____

Theo Chúa Giê-xu có nghĩa là tự bỏ chính mình và đặt Chúa Giê-xu lên trước, bất luận hậu quả thế nào.

0   10
_____

⇨ VẬY THÌ, BÂY GIỜ CHÚNG TA PHẢI LÀM GÌ?

"Ngài phán: 'Giờ đã trọn, vương quốc Đức Chúa Trời đã đến gần, các ngươi hãy ăn năn và tin nhận Tin Lành.'"

(Mác 1:15)

CHÚNG TA CÓ THỂ TIN VÀO PHÚC ÂM MÁC KHÔNG?

Ai? Khi nào? Tại sao?

Mác là bạn thân và người đồng hành gần gũi với Phi-e-rơ, một trong các môn đồ của Chúa Giê-xu. Phi-e-rơ là một "sứ đồ" (người được kêu gọi đặc biệt để làm chứng về cuộc đời, cái chết và sự phục sinh của Chúa Giê-xu). Phi-e-rơ đã viết hai thư tín cho các hội thánh Cơ Đốc trong thế kỷ đầu tiên. Một trong các thư tín đó có chép rằng, "Nhưng tôi sẽ cố gắng để sau khi tôi ra đi, anh em vẫn luôn nhớ lại những điều nầy" (2 Phi-e-rơ 1:15). Ông ấy muốn nói đến những điều mình đã chứng kiến và biết được về Chúa Giê-xu. Ông ấy truyền lại những điều này cho nhiều người khác như Mác. Phi-e-rơ chết vào giữa những năm 60 trong thế kỷ thứ nhất. Bằng chứng có được cho thấy Mác đã viết Phúc Âm của mình trong cùng khoảng thời gian đó.

Không nghi ngờ gì nữa về việc Mác đã chịu ảnh hưởng từ những mong muốn của Phi-e-rơ trong việc truyền rao tin lành về Chúa Giê-xu cho nhiều người trong những thế hệ sau này, vì thế ông ấy đã viết lại tất cả thành một cuốn sách. Câu mở đầu của ông cho biết chủ đề của cuốn sách: "Khởi đầu Tin Lành của Đức Chúa Giê-xu Christ, Con Đức Chúa Trời" (Mác 1:1).

Chúa Giê-xu đã chết, sống lại và trở về thiên đàng khoảng năm 30 sau Công nguyên. Mác viết sách này 30 năm sau đó-vừa vặn trong giai đoạn một đời người của những người đã sống qua các sự kiện mà ông ghi chép lại. Vì thế Mác phải viết một cách chuẩn xác. Nếu có bất kỳ sự bất nhất nào giữa việc mọi người thấy và điều ông viết sẽ làm cho ông mang tiếng xấu.

Có phải sách của Mác thay đổi theo thời gian không?

Sách Mác chúng ta đọc ngày nay khác với nguyên bản như thế nào?

Chúng ta không có sách gốc của Mác để so sánh với cuốn sách mà chúng ta gọi là Tin Lành Mác ngày nay. Điều này hết sức bình thường đối với các tài liệu cổ xưa, vì bản gốc có thể được viết trên giấy cói hoặc giấy da, là loại chất liệu cuối cùng sẽ bị mục rữa.

Vì lý do này, các nhà sử học đánh giá độ tin cậy của các bản sao từ nguyên bản bằng cách đặt các câu hỏi như sau:

- Các bản sao này có từ bao giờ?
- Khoảng thời gian giữa việc thực hiện viết bản gốc và việc chép lại các bản sao còn tồn tại đến ngày nay là bao lâu?
- Có bao nhiêu bản sao đã từng được tìm thấy?

Bảng bên dưới trả lời cho những câu hỏi này dựa vào các công trình lịch sử được nhiều người tin cậy, và so sánh các công trình này với Tân Ước (bao gồm Phúc âm Mác).

Như bảng bên dưới có chỉ ra, bản sao sách Mác tồn tại lâu đời nhất đã được chép lại 240 năm sau bản gốc (một khoảng thời gian tương đối ngắn) và có đến 14.000 bản sao đáng kinh ngạc tồn tại ngày nay. Vì thế, chúng ta có thể tin chắc rằng chúng ta đang đọc chính bút tích của Mác.

PHỤ LỤC

	Thời gian tài liệu gốc	Thời gian bản sao cuối cùng còn tồn tại	Thời gian ước chừng giữa bản gốc và bản sao cuối cùng còn tồn tại	Số lượng bản sao cổ xưa còn tồn tại đến ngày nay
LỊCH SỬ CHIẾN TRANH PELOPONNESIAN CỦA SỬ GIA HY LẠP THUCYDIDES	Năm 431–400 TCN	Năm 900 và một số phân khúc thời gian cuối thế kỷ thứ nhất	1.300 năm	73
CHIẾN TRANH XỨ GALLIA CỦA CAESAR	Năm 58–50 TCN	Năm 825	875 năm	10
CÁC GHI CHÉP LỊCH SỬ CỦA SỬ GIA LA MÃ TACITUS	Năm 98–108	Năm 850	750 năm	2
TOÀN BỘ TÂN ƯỚC (Phúc âm Mác)	Năm 40–100 (Năm 60–65)	Năm 350 (Thế kỷ thứ ba)	310 năm (240 năm hoặc ít hơn)	14.000 (xấp xỉ 5.000 bản tiếng Hy Lạp; 8.000 bản tiếng La-tinh, 1.000 bản các ngôn ngữ khác)

ĐỊA DANH TRONG Phúc âm Mác

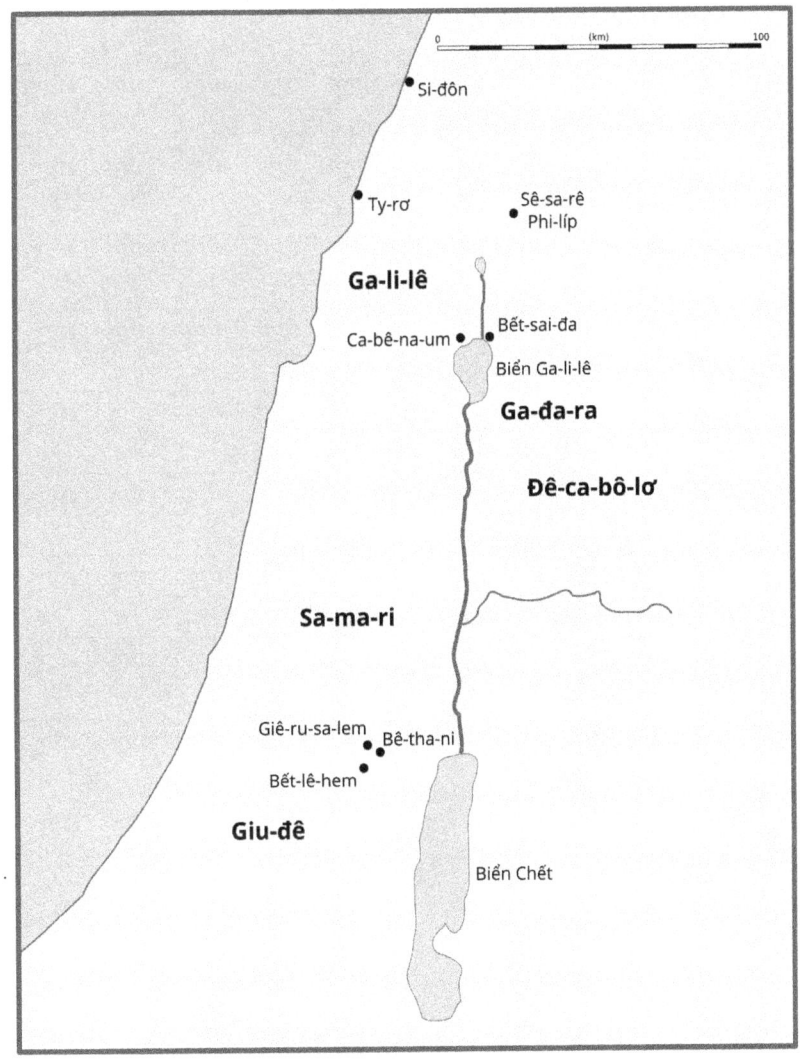

HÃY TIẾP TỤC KHÁM PHÁ

Trang Khám Phá Tin Lành
(https://vanphamhatgiong.com/vi/kham-pha-tin-lanh/)
sẽ giúp bạn tiếp tục tìm hiểu thêm về cuộc đời và sứ điệp của Chúa Giê-xu theo cách thức và nhịp độ của riêng bạn. Khi truy cập trang web, bạn sẽ được xem:

- Các video đưa ra lời giải đáp cho các câu hỏi khó.
- Một phác thảo trực quan giải thích Cơ Đốc giáo là gì.
- Các câu chuyện đời thực từ những người đã bắt đầu đi theo Chúa Giê-xu.

www.ingramcontent.com/pod-product-compliance
Lightning Source LLC
Chambersburg PA
CBHW031418040426
42444CB00005B/629